ஆராவின் இருண்டகாலக் கதை

தாரகேஸ் பிரபு

"இந்தக் கதையை எனது குடும்பத்தினருக்கும் மற்றும் நண்பர்களுக்கும் அர்ப்பணிக்கிறேன்"

பொருளடக்கம்

முன்னுரை

எனது முதல் கதை இதுவேயாகும். கதையில் யார் மனதை-
யும் காயப்படுத்தும் நோக்கி உருவாக்க பட வில்லை. கதை-
யில் தங்களுக்கு ஏற்படும் கருத்துக்களை
mindvoice.art.blog என்ற தளத்தில் பதிவு செய்யலாம்.
அல்லது இன்ஸ்டாகிராமில் @tl.offici என்ற கணக்கில்
பதிவு செய்யலாம்.

> "இறையின் உயிரை கிழித்திட
> ஓநாய் ஊளையிடுவதை போல
> என் அன்பை கிழித்த உன்னை
> எள் அளவும் தீண்டின் அன்றோ
> நான் கிழித்து எறியப்பட்ட உடலில்
> செங்குருதி பூசிக்கொண்டு மண்டியிட்டு வேண்டியும்
> கொடுக்கப்படாத அன்பிற்கு ஏங்கி நிற்கும்
> நடைப் பிணம் ஆனெனோ!"

எந்த ஒரு எதிர்பார்ப்பும் இல்லாத அன்பின் சிறிய பாகம்
தான் நட்பு. அந்த நட்பு வழங்க வேண்டிய அன்பை வஞ்-
சத்துடன் ஊட்டியவர்களின் கதை.

1

ஆரா அத்தியாயம் 1

தோற்றம்

அதிகாலை நேரம் உலகமே நிம்மதியான அமைதி சூழ்ந்திருக்கும் நேரம் இந்த நேரம் இக்கதையின் தொடக்கப்புள்ளி ஆரம்பிக்கும் தருணம். செவ்வான கூரைக்குள் குயிலின் ஓசை நடுவில் மனதை பதைபதைக்கும் ஒரு சம்பவம் நிகழ காத்திருக்கிறது. விபத்தை தடுக்கும் கரங்கள் ஆயிரம் இருப்பின் மனம் அதை ஏற்க மறுக்கிறது நிகழ்ந்தது என்னவோ. விபத்து நிகழும் 10 நிமிடங்களுக்கு முன்பு இருசக்கர வண்டியில் மலைகளின் வளைவுகளில் வளைந்து நெளிந்து ஓடிக்கொண்டு வருபவர்தான் இக்கதையின் முக்கிய கதாபாத்திரம் ஆரா. இவரது மனதில் தற்சமயம் மிகுந்த வலி ஏற்பட்டுள்ளது. ஆராவின் வாழ்க்கையில் இவ் வளைவுகளை போல எண்ணற்ற குழப்பங்கள் வலிகள் சந்தோசங்கள் சோகங்கள் அனைத்தும் இருக்கிறது..இவருக்கு நிகழவிருக்கும் விபத்துக்கு முன்பு நடந்தவற்றை காண்போம்

ஆராவின் வாழ்க்கை தடங்கள்

ஆராவுக்கு பள்ளிகளில் இருந்து நண்பர்களே கிடையாது ஒரு இருட்டான வாழ்க்கையே வாழ்ந்து வந்தான். பள்ளிப் பருவம் முடிந்த உடன் கல்லூரியில் சேருகிறான். அப்போது அவனுக்கு ராம் என்ற நண்பன் கிடைக்கிறான். இராம் ஆராவை பிற நண்பர்களிடம் அறிமுகம் செய்து வைக்கிறான். ஆராவின் முகம் எப்பொழுதும் களையிழந்தே காணப்படும். அதனாலேயே மற்றவர்கள் அவனை இக்காரணம் கொண்டே இன்றளவும் வெறுத்து ஒதுக்குகின்றனர்.

இதனை கவனித்த இராம் ஆராவிடம் வினவுகிறான்

"ஏன் எப்படி மத்தவங்க சிரிச்சுப் பேசினா கூட சிரிச்சு பேச மாட்டேங்குற; நம்ம பரதனோட அப்பா இறந்த அன்னைக்கு கூட எல்லாரும் அழுதாங்க, அவங்க அழுகிறதா பார்த்து எனக்கு அழுகை வந்துடுச்சு. ஆனா நீ அப்படியே ஜடம் மாதிரி நின்னுட்டு இருந்த ஏன் இப்படி பண்ற அவனுக்கு எவ்வளவு கஷ்டமா இருந்து இருக்கும்னு நினைச்சியா"

ஆரா அப்போது தான் ராமிடம் சொல்லுகிறான்

"எனக்கு உணர்ச்சிகளை காட்டக்கூடிய திறனில்லை, என்னால சிரிக்க முடியாது அழுக முடியாது ரசிக்க முடியாது கோபப்பட முடியாது இப்படி எந்த உணர்ச்சிகளையும் வெளியே காட்ட முடியாது. எனக்கும் அழுகாணும்னு தோணும் வெளியே அழுகை வராது சிரிச்சுப் பேசுறவங்க கிட்ட சிரிக்கணும்னு தோணும் ஆனால் சிரிக்க முடியாது அது நாளையே சின்ன வயசுல இருந்து எனக்கு நண்பர்கள் யாரும் இல்ல நான் வேணும்னு இப்படி இருக்குறது இல்ல. என்னோட

உணர்ச்சிகளும் மனச தாண்டி வெளியே வரது இல்ல

அதனால யாருக்கும் தெரியறது இல்ல "

என்றது பற்றியும் தனக்கு இருக்கிற பிரச்சினை பற்றியும் ரொம்பவே கஷ்டப்பட்டு பேசுறாரு. ஆரா சொல்றது முகத்துல கஷ்டத்தை வெளிப்படுத்தவில்லை என்றாலும் வார்த்தைகளில் இருக்கிற வழியை நாம் புரிஞ்சிக்கலாம். ஆரா தன்னை பற்றி இராமனிடம் கூறியதில் இருந்து அவர்களுடைய நட்பு ரொம்பவும் நெருக்கம் உடையவர்களாக அமைந்தது. ஆனால் இராமனிடம் சின்ன வயசுல இருந்து கூடவே இருக்கும் நண்பர்கள் பரதனுக்கும், சதுர்க்கும் அது புடிக்கவில்லை.

இப்படிப்பட்ட ஒரு தருணத்தில் யாரு கண்ணுக்கும் அழகாகத் தெரியாத ஆராவன் ஒரு பெண்ணின் உடைய கண்ணுக்கு அழகாகத் தெரிகிறான். அந்த பெண்ணும் ஆராவணன் இடம் கொஞ்சம் கொஞ்சமா பேச துவங்குகிறாள். மெல்ல மெல்ல ஆராவணன் அந்த பெண்ணின் மனதில் காதலனாக இடம் பெறுகிறான்.

ஒரு நாள் மிதிலை ஆரா விடம் தன்னுடைய காதலை சொல்கிறாள். அவனுக்கு ஒரு புறம் பயம் தன்னோட நண்பன் இராமனுக்கு இது தெரிந்து விட்டால் தன்னை விட்டு பிரிந்து விடுவானோ என்றும் மறுபுறம் சந்தோசம் ததும்பும் நாளாக இவ்வளவு காலமும் எந்த உறவும் இல்லாமல் தவித்துக் கொண்டு இருந்த மனதிற்குள் உயிரை உறவாக ஊட்டி ஒரு பெண் தன்னை காதலிப்பதாக சொல்லுகிறாள் என்ற சந்தோசம். இப்படிப்பட்ட ஒரு குழப்பத்தில் நிற்கும் ஆராவணனிடம் சதுர் வருகின்றான்.

ஆரா குழப்பமாக இருப்பதை கண்டதும் சதுர் ஆராவணனிடம்

என்று கேட்கிறான். ஆராவணனும் தன்னுடைய நிலையைப் பற்றி தெளிவாக சதுரிடம் சொல்லுகிறான்.

"இதுக்கெல்லாம் என்னடா குழப்பம் உனக்கு, அந்த
பெண்ணே உன்கிட்டே வந்து உன்ன விரும்புகிறேன்,
உன்னை புடிச்சு இருக்குன்னு சொல்லுறாங்க உனக்கு
என்னடா பயம் சரின்னு சொல்லுடா"

என்று சதுர் சொல்லுறான். ஆரா தயங்கி நிற்கிறான் பின்னர் சதுர்
தான் ஆராவணனை சமாதானம் செய்கிறான்.

"அது எல்லாம் விடு இராம் ஒன்றும் சொல்ல மாட்டான்.
அவனுக்கு நீ சந்தோசமாக இருந்த அவனும்
சந்தோசமாகத்தான் இருப்பான் எந்த ஒரு நண்பனும் இந்த
மாரி விசயத்துல எல்லாம் கோபப்பட மாட்டாங்க நீ
தைரியமா இரு"

என்று ஆராவணனை தைரியம் படுத்துகிறான். மறுநாள் மிதிலை
இடம் ஆரா தன்னுடைய காதலை கூறினான்.

சில நாட்கள் கடந்து ஓடியது ஆரா மற்றும் இராம் இடையே
பேச்சுவார்த்தை குறைந்து வருகிறது. ஆரா, இராமனிடம் பேசுவது
சிறிது சிறிதாக குறைந்து வருகிறது. இருவருக்கும் இடையில்
நெருக்கம் இல்லாததால் விலகி செல்கின்றனார். ஆரா தான்
காதலிக்கும் விசயத்தை இராமனிடம் சொல்லவில்லை. சதுரின் நாடகம்
இங்கே வெளியே வருகிறது. சதுர் தான்

"தாமே இராமனிடம் பக்குவமாக சொல்லி விடுகிறேன்
அதுவரை நீ எதுவும் உளறி விடாதே"

என்று கூறி இருப்பான். அதனால் ஆராவணனும் இராமனிடம்
எதுவும் அதைப் பற்றி கூறவில்லை. ஒரு நாள் இராமனிடம் சதுர்
மற்றும் பரதன் இருவரும் ஆராவை பற்றி தப்பு தப்பாக சொல்லி

இராமனின் மனதைக் கலைக்க முயற்சி செய்கிறார்கள்.

"இராம் நீ தான்டா ஆராவ தலையில தூக்கி வச்சு சுத்துற ஆனா அவன் உன்ன இப்போ எல்லாம் மதிக்குறது இல்ல அவன் யாரோ ஒரு பொண்ண காதல் பண்ணிட்டு இருக்கான் அத உண்ட சொன்னான, அது கூட பரவால்ல இப்போ எல்லாம் உண்ட பேசுறதுமில்ல உன்ன வந்து பாக்குறதுமில்ல எதுவுமே இல்லை பாதியில் இப்போ வந்த காதலிக்காக உன்னையே மறந்து விட்டானா?"

அப்படி இப்படி என்று எல்லாம் சொல்லி இராமனுடைய மனதை மாற்றி விட்டார்கள். நூலகத்தில் ஆரா காதல் கவிதைகளை படித்து கொண்டு இருந்தான். அப்பொழுது இராம் அவன் அருகில் வந்து உக்கார்ந்து மெல்ல ஆராவிடம் பேச ஆரம்பித்தான்

"ஏன்டா ஆரா இப்போ எல்லாம் என்கிட்ட பேசுறது இல்ல நா எதாச்சும் உன்னோட மனச கஷ்டப்படுத்துற மாறி நடந்துக் கிட்டேனா? எதாச்சும் என்கிட்ட மறைக்கிறையா? எதுவா இருந்தாலும் சொல்லுடா பார்த்துக்கலாம்"

என்று இராம் மனக் கவலையோடு பேசிக்கொண்டு இருந்தான். அப்பொழுது ஆரா வின் தொலைபேசிக்கு சதுரிடம் இருந்து அழைப்பு வருகிறது உடனே மைதானத்துக்கு வருமாறு அங்கு ஆராவின் காதலி இருப்பதாகக் கூறி வர சொல்லுகிறான். ஆராவும் அங்கு இராம் இருப்பதை மறந்து மைதானத்துக்கு விரைந்து செல்கிறான்.

அங்கு சென்று பார்த்தால் அவள் சென்று விட்டதாக சதுர் ஆராவிடம் கூறுகின்றான்.

"கொஞ்சம் சீக்கிரமா வந்து இருந்தால் அவளை பார்த்து
இருக்கலாம்"

என்று ஆராவிட சொல்லிக் கொண்டு இருந்தான். ஆரா அவனிடம்

"இராம் என்னிடம் மனக்கவலையோடு கேட்டுக்
கொண்டு இருந்தான் ஏன்டா இப்போது எல்லாம் சரியாக
பேசுவது இல்லை என்று அவன் வினாவிய கேள்விக்கு
பதில் அவனிடம் பேசி விட்டு வருவதற்குள் தாமதம்
ஆகிவிட்டது. நான் என்ன செய்வது என்று"

சதுரிடம் புலம்பிக் கொண்டு இருக்கிறன்.

சில நாட்கள் அப்படியே கடந்து செல்கிறது இராம் ஆராவிடம்
பேசுவதை குறைத்துக் கொண்டான். ஆரா மனதில் இராமனுடைய
எண்ணம் அவனை வருதி வருகிறது. அதனால் காதலி மிதிலை
இடம் சரியாக மனம் விட்டு பேச முடியவில்லை. ஒரு விதமான மன
வருத்தம் அவனிடம் தோன்றியது. இராமனிடம் சென்று பேச
நினைத்தாலும் அவன் பேச விரும்புவதா தெரியவில்லை விலகி
விலகிச் செல்கிறான். இப்படியே நாட்கள் ஓடியது ஆராவின்
வாழ்க்கையில் பெரிதும் நேசிக்கிற அவனது காதலியிடம் இருந்து
அழைப்பு வருகிறது

"நீ ஏன்தான் இப்போ எல்லாம் சரியா பேசுறதுல்ல, பேச
புடிக்கலான புடிக்கலைனு சொல்லு இப்படி ஏன் என்கிட்ட
பேசுறத தவிர்க்குர, மனசுல இருக்கறத சொன்னாதான்
தெரியும் நீ என்ன நினைக்குறேனு. நானாக வந்து
என்னோட காதலை சொன்னதுனால தான் இப்படி
எல்லாம் என்கிட்ட பேசுறத தவிர்க்குர மாதிரி பண்ணுற
மித்த பொண்ணுங்க மாறி நானும் உன்ன பின்னாடியே

சுத்த விட்டு இருந்த உனக்கு என்னோட அருமை
தெரிஞ்சு இருக்கும். உன்னோட நினைப்பு இல்லாம வாழ
முடியுமான்னு தெரியல ஆனா நீ இல்லாம இன்னி வாழ
போறேன் "

 னு சொல்லிவிட்டு அழைப்பை துண்டிக்கிறாள். ஆராவின் மனதில்
எழுப்பும் உணர்ச்சிகளை எப்படி காட்டுவது என்று ஒன்றும் அறியாமல்
ஜடம் மாக நிற்கிறான். இத்தகைய வலி அவனை விட்டு பிரிவதற்குள்
இன்னொரு பெறும் இடி விழுகிறது அவனது உயிர் நண்பன் இராம்
உடல்நலம் சரியில்லாமல் மருத்துவ மனையில் இருப்பதாக பரதனிடம்
இருந்து அழைப்பு வருகிறது. ஆரா அந்த கணமே உடைந்து
போகின்றான். பரதன் நேரில் வந்து ஆராவுக்கு ஆறுதல்
சொல்லுகிறான். ஆராவின் மனநிலை கண்டு அச்சம் அடைகிறான்.
வீட்டில் இருந்து ஆராவை ஆறுதலாக பார்த்து கொண்டு மறுநாள்
இராமை பக்க செல்கிறார்கள். பரதன் மற்றும் சதுர் ஆராவிடம்
அவர்களுடைய இரு சக்கர வாகனத்தை குடுத்து மருத்துவ மனையில்
இராமை காண்ண செல்லுமாறு கூறிவிட்டு தங்களுக்கு மருந்து மற்றும்
இராமனுக்கு தேவையான பொருட்கள் வாங்கும் வேலை இருக்கிறது
என சொல்லி விட்டு செல்கிறார்கள். ஆரா வாகனத்தை மிகவும்
வேகமாக ஓட்டி கொண்டு செல்கிறான் திரும்பும் வளைவில் விபத்து
ஏற்படுகிறது. அங்கு சிறிது நேரம் ஆட்கள் நடமாற்றம் இல்லை.
தூரத்தில் ஒருவர் இந்த விபத்தை கவனித்து காவல் அதிகாரிகளிடம்
தொலைபேசி மூலம் நடந்தவற்றை கூறுகிறார். கிட்ட நெருங்கி வந்து
பதால் ஆராவை காண வில்லை. காவலர்கள் சம்பவ இடத்துக்கு
விரைந்து சென்று விசாரிக்கின்றனர். அப்போ அவர்கள் இந்த
விபத்தில் கிடைத்த வண்டி திருடப்பட்ட வண்டி என்று அறிகுறார்கள்.
வண்டியின் உரிமையாளர்கள் தாமாக காவல் நிலையத்துக்கு வந்து
தங்கள் இருச்சக்கர வாகனம் காணவில்லை என்று சொல்லுகிறார்கள்.
விபத்து நடந்து ஒரு வார காலத்துக்கு பிறகு 4 நண்பர்கள் அங்கு
சுற்றுலாவாக வந்து இருக்கின்றனர் இவர்கள் யார், இவர்கள் மூலம்
இந்த கதையில் நிகழும் மாற்றங்களை காண்போம்.

4 நண்பர்கள்

சமூக வலைத்தளத்தில் நண்பர்கள் தேடும் இன்றைய காலகட்டத்தில் சிறுவயதில் இருந்து ஒன்றாக இருக்கும் நலன், ஹரிஷ், ஐஷ், கவின். இவர்களின் நட்பு கல்லூரி வரைத்தொடர்ந்தது. கொஞ்சம் வருடங்களுக்கு பின்பு இந்த 4 நண்பர்கள் ஒன்று சேர்ந்து தங்கள் நட்பை நன்றாக மகிழ்ந்து சந்தோசம் பெற அனைவரும் வெளியே வந்து இருக்கிறார்கள். தங்களது சிறுவயது நினைவுகளை பேசிக்கொண்டு காட்டுக்குல் நடந்து செல்கிறார்கள். ஹரிஷ் தனது காதலியிடம் பேசிக்கொண்டு தண்ணியாக வருகிறான். அவன் பின்னால் ஏதோ அசைவது போல், பின் தொடர்வது போல் எண்ணம் வருகிறது. பயத்தில் பின்னாடி என்ன இருக்கிறது என்று திரும்பி கூட பக்கம் தலைத் தெறிக்க தனது நண்பர்களை தேடி ஓடுகிறான். நலன் அதைப் பார்த்து ஹரிஷை கேளிச் செய்கிறான் கவின் சிரிப்பதை நிறுத்தவே இல்லை. ஹரிஷ் ஒரு மாறி அவமானமாக எண்ணுகிறான். ஹரிஷம், கவினை நன்றாக கேளிச் செய்கிறான். இவர்கள் இரு வருக்கும் வாக்குவாதம் ஏற்பட்டு கவின், ஹரிஷை துரத்தி செல்கின்றான். இவர்களை பின் தொடர்ந்து நலனும், ஐஷுவும் ஓடி செல்கிறார்கள். கடைசியில் ஒரு இடத்தில் பொய் மூச்சு வாங்கி நிற்கிறார்கள். பின் ஐஷ் அவர்கள் இருவருக்கும் சமாதானம் செய்து வைக்கிறாள். தனி தனியாக உணவு மற்றும் தாங்கும் இடம் தேடி செல்கிறார்கள். இவர்களை பின் தலையிலையே அடித்து மயக்கம் அடைய செய்கிறார்கள். தலையில் அடித்தது யாரு என்று யாருக்கும் தெரிய வில்லை. மெதுவாக ஹரிஷ் மற்றும் கவின் முழித்து பார்க்கிறார்கள்.

அவர்கள் நால்வரையும் அங்கே இருந்த கயிறு போல் தோற்றம் கொண்ட கொடிகள் மூலம் கைகளை மரத்தில் கட்டி போடு வைத்து இருக்கிறார்கள். ஹரிஷ் பயத்தில் கத்தி மத்த ஒரு வரையும் எழுப்பி விடுகிறார்கள். கறும் இருட்டில் இருந்து ஒரு உருவம் நடந்து வருவதை காண முடிகிறது. ஓநாய்கள் ஊளை இடும் சத்தம் இருண்ட

காட்டின் அமைதியான சூழலில் அச்சுறுத்தல் தரும் வகையில் இருந்தது. அந்த சத்தம் அவர்களை இன்னும் அட்ச பட வைக்குறது. உள்ளுக்குள் தைரியத்தை வர வைத்து கொண்டு கவினும் ஹரிஷும் மாறி மாறி அந்த உருவத்தை பார்த்து கத்துகிறார்கள். அவர்கள் இருவரையும் இருண்ட உருவம் அடி அடி என்று அடிக்கிறது. கொஞ்சம் கொஞ்சமாக அதி காலை சூரியன் ஒளி அந்த உருவத்தின் மேலே படும் போதுதான் நாமக்கே அது யாரு என்று தெரிய வருகிறது. அது வேற யாருமில்லை வாகன விபத்தில் அடிப்பட்டு காணாமல் போன ஆராவணன்.

அவன்தான் இவர்களை இப்படி கட்டுப் போட்டு கொண்டு அடித்து துன்புறுத்துகிறான். அதுவும் ஹரிஷ் மற்றும் கவினை அடிக்கும் பொது தனது நண்பர்கள் ஆனா சதுர் மற்றும் பரதன் பெயர்களை சொல்லி அடிக்கிறான். அடி வாங்கும் ஹரிஷக்கு ஒன்றும் புரியவில்லை.

னு ஹரிஷ் ஆராவிடம் சொல்லி புரிய வைக்க முயற்சி செய்கிறான். அனால் ஆராவின் காதில் அது விழுக வில்லை. அடித்த அடியில் ஹரிஷ் மற்றும் கவினின் கட்டுகள் முறிந்துவிடும். ஆரா நலனை பார்த்து

னு அடிச்சுட்டு அடுத்து ஐஷூ கிட்ட போறான்.

னு நினைச்சு அழுகிறான்.

ஆமா ஆரா வாள இப்போ அழுக முடியும் கோபப்பட முடியும் சிரிக்க முடியும் இவ்வளோ நாள் அவனோட மனசுக்குள்ள இருந்த உணர்வுகள் உணர்ச்சிகள் எல்லாம் வெளியே வருகிறது. ஆரா அழுதுகொண்டு இருக்கும் நேரம் ஹரிஷ், நலனுடைய கட்டை அவிழ்த்து விடுகிறான். உடனே நலன் ஆராவை பின்னாடி தாக்கி விட்டு ஐஷாவை எழுந்து ஓட செல்கிறான். ஆரா மறுபடியும் எழுந்து அவர்கள் நால்வரையும் துரத்தி செல்கிறான். அதற்குள்ளையே நலன் ஆராவுக்காக ஒரு பொறியை செய்கிறான் பரதன் மற்றும் சதுர் இருவரும். ஆரா தடுக்கி கீழே விழுங்கும் படி நெளிந்து வளைந்து ஓடுகிறார்கள். அவர்கள் நினைத்த வன்னமே ஆராவணன், நலன் செய்த பொறியில் சிக்கி கீழே விழுந்தான். அவனை இழுத்து சென்று கட்டி போடுகிறார்கள். கவினுக்கு மிகவும் கோபம் வருகிறது. அவன் இருக்கும் கோபத்தில் ஆராவிடம்

“உன்னைய கொன்று விட்டுத்தான் வீட்டுக்கு
செல்வேன்”

என்று மிகுந்த கோபத்தில் கூறுகிறான். ஆராவும் அவர்கள் பேசிக்கொண்டு இருக்கிற சமயத்தில் மெதுவாக கண்களை முழிக்கிறான். அவன் நலனை பார்த்து

“மீண்டும் நீ விரித்த வலையில் நான் சிக்கிக்கொண்டேன்
ராமா”

என்று சொல்கிறான். நலனுக்கு ஒன்றும் புரிய வில்லை

“யாருடா நீ? என் ஏன்டா இராம்னு கூப்பிடுற?
இவங்கள ஏன்டா சதுர், பரதன், மிதிலை னு கூப்பிடுற?
எங்களை ஏன் கட்டி போட்ட? உனக்கு என்னதான்
வேணும்?”

னு ஆராவிடம் கேட்கிறேன்.

"எனக்கு பதில் வேணும்"

என்று ஆரா கூறி சிரிக்கிறான். கவின் உடனே

*"என்னடா சிரிப்பு உனக்கு உன்னைய இங்கையே குதி
போட்டுட்டு போறேன் டா இரு டா"*

னு சொல்லி முடிக்குறதுக்குள்ள ஆரா தான் இறந்து விட்டதாக
சொல்லுகிறான். இவர்கள் அனைவருக்கும் இவன் என்
சொல்லுகிறான் என்ற அதிர்ச்சியில் உறைந்து போய் நிற்கிறார்கள்.
ஹரிஷ் தான் ஆராவின் மன நிலையை அறிந்து மற்றவர்களிடம்
தெளிவாக உறைகிறான்.

*"அவன் தான் இறந்து விட்டதாக எண்ணி வாழ்ந்து
கொண்டு இருக்கிறன். அவன் இறந்து ஆவியாக
சுத்துவது போல எண்ணி, தன்னை இந்த நிலைமைக்கு
கொண்டு வந்த அந்த நான்கு பேரை பழி வாங்கவே
இவன் நம்மளை கடத்தி இருக்கான்"*

என்று அவர்களிடம் கூறுகின்றனர்.

*"அவனைப் பொறுத்தவரை அவன் வாழ்க்கையில்
பெரிதும் அன்பு வைத்து, இப்போ வெறுத்து பழிவாங்க
துடிக்கும் இராம், சதுர், பரதன் மற்றும் மிதிலை நம் தானு
நினைச்சுட்டு இருக்கான்"*

னு ஹரிஷ் ஆராவணனோட மன நிலைமையை எடுத்து
சொல்லுகிறான். ஐஷுக்கு ஒரு சந்தேகம் வருது

"அது எப்படி நம்மள மட்டும் இவன் அப்படி
நினைச்சான் எவ்வளவோ பெரு வந்து இருப்பாங்க
அப்பறம் எப்படி நம்மலைய மட்டும் இவன் அந்த நாலு
பேருனு நினைச்சான்"

னு கேட்கிறாள். ஹரிஷ் அதையும் தெளிவு படுத்துறான்

"இது காடு இங்கே அதிகமா மக்கள் வர மாட்டாங்க
அது ஒரு காரணம். அதுவும் இல்லாம அவன்
நினைக்கிறது நாலு பேரு தான். நாமும் மூணு பசங்க
ஒரு பொண்ணு சரியா நாலு பேரு இது எல்லாம்
அவனோட மனசுல நம்ம தான் அவங்கனு நம்ப வச்சு
இருக்கு"

னு சொல்லுறான். ஹரிஷ் ஓட பேச்ச கேட்டு ஆராவ அந்த காட்டில்
இருந்து கூப்பிட்டுப் போறாங்க.

போன இடத்துள்ள என்ன எல்லாம் ஆகி இருக்கும். ஆரா ஏன் தாம்
உயிராய் நினைச்சு பழகுனா அந்த நாலு பெற பழி வாங்கணும் னு
நினைக்குறான். மருத்துவ மனையில் அடிப்பட்டு இருந்த இராமனைப்
போய் பார்த்தானா இல்லையா?. அப்போ நம்மக்கு ஆரா வோட
கதை னு சொன்னது யாரு சொன்னது. ஆரா வுக்கு உண்மையிலேயே
என்ன ஆச்சு?. அனைத்து கேள்விகளுக்கும் பதில் ஆரா பக்கம்
இரண்டில் தெரிய வரும்.

2

ஆரா அத்தியாயம் 2

ஆராவணனுக்கு என்னாச்சு

போன பக்கத்துலயே பார்த்து இருப்போம் ஆராவணனை நலன், ஹரிஷ், கவின் மற்றும் ஐஷ எல்லாம் அவங்க குடையே கூட்டிகிட்டு போறதோட அந்த பக்கம் முடிச்சு இருக்கும். இப்போ அவங்க ஆராவணனை ஒரு மருத்துவமனையில் சேர்க்கிறார்கள். ஹரிஷ் அங்க தான் மருத்துவர் வேலை பார்க்குராங்க. ஹரிஷ் ஆராவணனை நிறைய ஆராய்ச்சிகளில் உட்படுத்துறாங்க. படி படியாக ஆராவோட மனநிலையை மாத்தி மறுபடியும் சாகசமான ஒரு நிலைக்கு கொண்டு வர முயற்சி செஞ்சுக்கிட்டு இருக்காங்க. அது மாறி நலன் மற்றும் கவின் சேர்ந்து ஆராவோட நண்பர்கள் ஆனா இராம், சதுர், பரதன் எல்லாத்தையும் தேடிப் போறாங்க. ஹரிஷ் கூட இல்லாத நேரத்துல ஐஷ தான் ஆராவை பாதுகாப்பாக பத்துக்குராங்க. கொஞ்சம் நாளிலேயே ஆராவுக்கு சீக்கிரமா சரியா ஆகிடும். நலனும், கவினும் ஆராவோட நண்பர்கள பார்க்க அவங்க படிச்சா கல்லூரிக்கு போறாங்க. அங்க இருந்து எல்லாரோட முகவரியையும் வாங்குறாங்க. அவங்க முதலில் பொய் பார்க்க போறது சதுர். சதுரை அவனோட வீட்டுலையே பொய் பாக்குராங்க. நலன் அவருகிட்ட

"உங்களுக்கு ஆராவ பத்தி தெரியுமா"

னு கேக்குறாங்க. சதுரும்

"நல்லாவே தெரியும் அந்த உணர்வுகளே இல்லாத மிருகத்தை பத்தி முழுசா சொல்லுறன்"

என்று ஆரவா பத்தி சொல்ல ஆரம்பிக்குறாங்க.

"ஆரா ஒரு உணர்ச்சிகள் இல்லாத ஒரு மனுஷன் அவனுக்கு பாசம் னா என்னன்னு தெரியாது காதல் னா

என்னன்னு தெரியாது அவனால எங்களோட வாழ்கை இப்படி சுக்கு சுக்கா உடைஞ்சு போய்டுச்சு. நா பரதன் இராம் எல்லாம் சின்ன வயசுல இருந்தே நண்பர்கள் எங்களுக்கு நடுவுல இவன் வந்தான் இவனால எங்களோட நட்பு ரொம்பவே பாதிக்க பட்டுச்சு. இராம் ஒரு பொண்ண ரொம்பவே லவ் பண்ணுனான் ஒரு நாள் அந்த பொண்ணுக்கு ஒரு விபத்துல தலையில அடி பட்டு உயிருக்கு போராடிட்டு இருந்தா அவன் தான் அங்க கூட இருந்தான். ஆரா, இராமுக்கு கூப்பிட்டு உன்னோட காதலிக்கு தலையில அடி பட்டு இருக்கு ஹாஸ்பிடல் ல சேத்துட்டேன் னு எந்த ஒரு பதட்டமும் இல்லாம சொன்னான் இராமனுக்கும், எனக்கும் அவன் பேசுனது வச்சு எந்த ஒரு பிரச்சனையும் இல்ல போல நாங்க வேற ஒரு வேலையா மாட்டிகிட்டோம் அதுனால சரி அவன் சொல்லுறத பாத இந்த வேலைய நம்ம முடிச்சுட்டே போகலாம்னு முடிவு பண்ணி, முடிச்சுட்டு பொய் மருத்துவ மனையில் அவளை பாத அவ உயிரோட இல்ல தலைல அடி பட்டதுனால அவளுக்கு நிறையா ரத்தம் போய்டுச்சு ஆனா அவன் அத எதுவும் சொல்லல அவன் கொஞ்சம் தெளிவா சொல்லி இருந்த இராம் அவனோட காதலியை கடைசியா பார்த்து இருக்க முடியும். என்னால இராம அப்படி பார்க்கவே முடியல அவோலோ வேதனை ல இருந்தான். அங்க ஆரா ஒண்ணுமே பண்ணல அதுனாலதான் இராம் அவனை"

னு சொல்லிட்டு இருக்கும் பொது அங்க பரதன் வந்துருவான்.

பரதனும் ஆராவும்

பரதனுள்ள வந்ததும் சதுர் அவன் சொல்லிட்டு இருந்த கதையை நிறுத்தி விடுகிறான். நலன் மறுபடியும் மறுபடியும் இராமனுக்கும் இராவணனுக்கும் என்னாச்சு னு கேட்டுட்டே இருக்கிறான். ஆனா சதுர் எதுவும் சொல்லவில்லை.

"சரி பரதன் நீங்களாச்சும் சொல்லுங்க என்னாச்சு உங்களுக்கு ஆராவணன பத்தி என தெரியும்"

னு கேட்கிறான்.

பரதன் அவனுக்கு நடந்த கதையை அவங்களிடம் சொல்ல ஆரம்பிக்குறான்

"ஆராவணனை எனக்கும் புடிக்கும் அந்த ஒரு சம்பவத்துக்கு முன்னால வரைக்கும். எங்களோட கல்லூரி வாழ்கை நல்லாத்தான் போயிட்டு இருந்துச்சு ஆனா ஒரு நாள் எதிர் பாராத விதமாக என்னோட அப்பா இறந்து விடுகிறார் அவருக்கு கண்ணீர் அஞ்சலி செய்வதற்கு என்னோட நண்பர்கள் எல்லாரும் வந்து இருந்தார்கள். அப்போ தான் ஆரா எவ்ளோ பெரிய கொடூரமான மனசு கொண்டவன்னு எனக்கு தெரிய வந்தது. மத்தவங்களும் ஆறுதலா பேச வில்லை இருந்தாலும் அவங்களோட உணர்ச்சிகளை மனசார வெளிய கம்மிச்சங்க. ஆராவணனால உணர்ச்சிகளை வெளிய கம்மிக்க முடியாது எனக்கு தெரியும் இருந்தாலும் அவன் கிட்ட இருந்து நான் எதிர்பார்த்தது ஆறுதலான வார்த்தைகள் தான் ஆனா அவன் அப்படி சொல்லல இது எல்லாம் வாழ்க்கையில நடக்குறது தான், நீ இனி ஆச்சும் என்ன

மாறி படிக்க பாரு னு சொன்னான். யாராச்சும் ஒரு நண்பன் கஷ்டத்துல இருக்கும் பொது இப்படி சொல்லுவாங்களா அப்போ இருந்து எனக்கு ஆராவை சுத்தமா புடிக்காது. அவனை எல்லாம் நம்பாதீங்க கஷ்டமான சூழ்நிலையில் உதவி எதுவும் பண்ண மாட்டான்''

என ஆராவை பற்றி கூறுகிறான்.

"சரி இப்போ இராமனை எங்க போன்னா பார்க்க முடியும்''

னு நலன், பரதன் கிட்ட கேட்கிறான். பரதனும், இராம் இருக்கிற இடத்தை பத்தி சொல்லுரான். அவங்களும் இராமனை தேடிப் கிளம்பி போறாங்க.

இராவணனும் இராமனும்

நலனும் கவினும் இராமனை கண்டு புடிச்சு கூப்பிட்டு வராங்க. இந்த பக்கம் ஆராவுக்கு உடம்பு சரி ஆயிருச்சு கூடவே இருந்து ஐஷ தான் ஆராவை பத்துக்குறாங்க. இப்போ தான் ஒரு உண்மையா சொல்லுறாங்க இவ்வளவு நேரம் நாம்ம பார்த்தது இராம், நலன் கிட்டையும் கவின் கிட்டையும் அவங்க ஆராவ பார்க்க வருவதற்கு முன்பு சொன்ன கதை. இப்போ தான் உண்மையிலேயே என்ன நடந்துச்சுனு நமக்கு தெரிய வருது. ஆரா காட்டிளையே நண்பர்கள் 4 பெருக்கிட்ட சிக்கும் போது சொன்னதுனு நாம்ம இவ்வளவு நேரம் நினைச்சோம் ஆனா அது எல்லாம் இராமனிடம் இருந்து நலன் மற்றும் கவின் இருவரும் மறைச்சு ஒரு முன்னுரை கதை மாறி இராமனிடம் சொல்லி இருக்காங்க அந்த கதையை அடிப்படையாகக் கொண்டு தான் இவ்வளவு நேரம் இராம் இவ்வங்க கிட்ட ஒரு கதையை சொல்லி இருக்கான். ஆராவ ஏமாத்துனதும் அவனோட உணர்ச்சிகளோடு விளையாடுனதும் எல்லாமே இராமனும் அவனோட நண்பர்களான சதுர் மற்றும் பரதனும் தான். சின்ன வயசுலே இருந்து ஆரா தனியாவே தானாக வளர்ந்த பையன். அவனுக்கு உணர்ச்சிகளை எல்லாம் வெளிய காட்ட தெரியாது. இராம் தான் அவனை ரொம்பவும் புரிஞ்சு நடந்துகிட்டான். ஆராவும் இராமனுக்காக எதுவும் செய்வான். ஆரா நலனிடம

"எங்களோட நட்பு நல்லாத்தான் போயிட்டு இருந்துச்சு ஆனா ஒரு நாள் எனக்கு ஒரு அழைப்பு வந்துச்சு அந்த பக்கத்துல இருந்து ஒரு பொண்ணு என்கிட்ட பேசிச்சு. என்கிட்ட பேசியதும் என்னை காதலிக்குறத சொன்னாங்க எனக்கு இது எல்லாம் வேண்டாமுனு எவ்வுளவோ சொன்னேன். நடுவுல சதுர் தான் வந்து என்னை சமாதானம் பண்ணி நீ அந்த பொண்ணுக்கு சரின்னு சொல்லு, இராம் கிட்ட நா சொல்லிக்குறேன் னு

சொன்னான் நானும் அதனை நம்பி அந்த
பொண்ணுக்கும் சரின்னு சொன்னேன். ஆனா நான்
காதலிக்குற விஷயம் இராமனுக்கு தெரியாதுன்னு
அன்னைக்கு அவன் அந்த நூலகத்துக்கு வந்து கேட்கும்
போதுதான் தெரியும். ஆனா அதுக்குள்ளே எனக்கு சதுர்
கிட்ட இருந்து ஒரு அழைப்பு வந்துச்சுனு அவன பார்க்க
போறேனு இராமனிடம் எதுவும் சொல்லாமல்
போய்ட்டேன். அதுல இருந்து எனக்கு மனசே சரியில்ல.
இராம் கிட்ட சொல்லிடலாம் னு நினைச்சுட்டே
இருந்தேன் ஆனா எதுவும் பண்ண முடியல, நேரமும்
போயிட்டே இருந்துச்சு. ஒரு நாள் அந்த பொண்ணு
கிட்ட இருந்து மறுபடியும் அழைப்பு வந்துச்சு நம்ம
இன்னி பேசிக்க வேண்டாம் னு சொல்லிட்டாங்க. ஏன்?
எதுன்னு கேட்கிறாதுக்குள்ள வச்சுடாங்க. சரி நம்ம இந்த
விஷயத்தை இராம் கிட்ட சொல்லிடலாம் னு போன்னேன்
அப்போதான் இராமனும் சதுர் மற்றும் பரதனும் பேசிட்டு
இருக்குறத கேட்டேன் என்கிட்டே பொண்ணு மாறி பேசி
என்னை ஏமாத்துனது இராம் தான்னு தெரிய வந்துச்சு
ரொம்பவே கஷ்டமா இருந்துச்சு இருந்தாலும் நா அதை
கம்மிச்சுக்கலை. ஒரு நாள் சதுர் மற்றும் பரதன் வந்து
இராமுக்கு உடம்பு சரியில்ல நீ போய் மருத்துவ
மனையில்ல பாருன்னு சொல்லி வண்டி சாவியை
குடுத்தாங்க. இராம் மேல இருந்த பாசத்துனால
உடனேயே எதப் பத்தியும் யோசிக்காம கிளம்பிட்டேன்.
என்னோட உயிரை பத்தி கூட கவலை படாமல்
இராமனை பார்க்க போனேன் ஆனா அதுவும்
அவங்களோட திட்டம் னு எனக்கு விபத்து ஆனா
அப்போ தான் தெரியும். அங்க நா அடிப்பட்டு இருந்த
அப்போ அந்த காவலர் பேசுனது கேட்டேன் வண்டிய
என்கிட்ட குடுத்துட்டு ஒரு வேலை இருக்குனு
சொல்லிட்டு போய் காவலர் கிட்ட வண்டிய யாரோ

திருடிட்டாங்கனு சொல்லி இருக்காங்க இது எல்லாம் ஏன் பண்ணுநாங்கனு எனக்கு பதில் தெரியனும்"

னு ஆரா அவங்க கிட்ட சொல்லி இருப்பான்.

இப்போ இராமனை ஆராவணன் இருக்கிற இடத்துக்கு கூப்பிட்டு வராங்க. ஆராவணனும் இராமனும் நேருக்கு நேர் பார்க்குறாங்க. இப்போ என் எல்லாம் நடக்கும். ஆராவணன் என் பண்ணுவா னு நீங்க நினைக்குறீங்க. இராம் கிட்ட பேசி தனக்கு கிடைக்க வேண்டிய பதில கேட்டு வாங்குறதா இல்லைனா இராம் மேல இருக்குற கோபத்துல அடிச்சு கொலை பண்ணுறதா. இப்போ ஆரா என்ன முடிவு எடுப்பான்.

நீங்க ஆராவணனா யோசிச்சா ஒரு முடிவு வரும், அதுதான் நீங்க இந்த ஒரு சூழலுக்கு கொடுக்குற முடிவு.

கதையின்னும் முடியவில்லை.....

"ஐஷுக்கு ஆராவை ரொம்பவும் புடிச்சு போச்சு இப்போ
ஆராவும் ஐஷுவும் காதலிக்க ஆரம்பிச்சுட்டாங்க."

சுயம் .